என் பேனா மையில்

மு.பிரீத்தி

ஏலே பதிப்பகம்

வெளியீடு:
ஏலே பதிப்பகம்
5/175, பாத்திமா நகர்,
கூத்தென்குழி,
திருநெல்வேலி – 627104
தொடர்புக்கு: 9944992571

En pena mayil- Poetry

Author: M.Preethi
First Edition: september 2021

Published By:
Aelay Publish
5/175, Fathima nagar,
Kuthenkuly,
Tirunelveli -627104
Phone: 9944992571

Design And Executed by

ISBN : 978-93-5533-112-0
Page : 59

முன்னுரை:

பல நாள் கனவு நிறைவேறுவதுப் போல் உருவானது
இப்புத்தகம் எனக்கு இப்புத்தகத்தில் இதுவரை நான் எழுதிய
கவிதைகளை சமர்பிக்கிறேன் என்னால் முடிந்த பல
தலைப்புகள் வகைப்டுத்தியிருக்கிறேன் இதில்
இந்த பொன்னான தருணத்திற்கு ,
நன்றி

இப்படிக்கு,
மு.பிரித்தி

உள்ளடக்கம்

1.வெளிச்ச சிறகுகள்

அழிப்பானின் காவிய காதல்:

அழிப்பான்செல்லமாக சொல்லுமே
கரும்பலகையிடம்,
"கொஞ்சும் கரும்பலகையே
நீ என்னுள் ஊடுருவும் காதல்காரனே
நானோ கற்பனையில் திகழ்கிறேன் என்றும் உனை பிரிய
மாட்டேன்"
கரும்பலகையோ,
" பிழையென்றால் எனை அழி
மீண்டும் பிறப்பிக்க சுண்ணாம்பு
துண்டுண்டு"
இரண்டும் இணைகையில் காற்றோடு பறந்து செல்லும்
தூசுகள் ஆகிடும் பூக்கள்
என்றோ நீட்டப்படும் பூங்கொத்துகளில்
வெற்றி வேங்கைகள்
கற்றலுக்கு பரந்த அறிவினுக்கு
எடுத்து காட்டு ஆகினோம்
கற்பிக்க நாளும் தேயும்
ஆசானுமாவோம்
கருபலகை சொல்கிறது
"பல வெளிச்ச சிறகுகள் நீட்ட செய்வோம்
உங்கள் உள்ளத்தின் அறையில்
வெளிச்சம் தர தேய்கிறோம் "
அழிப்பான் சொல்கிறது:
"மாற்றமே மாறாதது
மாறிவிடு திருத்தி கொள்ள தயங்காதே"

கல்வி மாதின் உயர்நிலை:

கற்றனே கல்விமாதினை காதலிக்க
பெற்றனே நித்தில அறிவை ஞானிக்க
ஒரே சமனிலையில் வைத்த வண்ணமயமான பூக்களாய்
மாற்றிய கல்வி மாதோடு விளையாடினோம்; பயிற்றுவிக்க
பட்டோம்
பல நாள் தவத்திலும் கிடைக்காத காலங்கள் நம்
பள்ளிகூடக் காலங்கள்
ஒருவரை ஒருவர்நேசித்தோம்
ஒருவரை ஒருவர் சுவாசித்தோம்
கல்வியே கடவுளென பூசித்தோம்
மழையின் சாரலில் நனைகிறேன்
நினைவு கூர்கையில்
புதையல் நிகரா காலங்கள்
கல்வி சிகரங்கள் புனைந்த பூரணமான
சிலையாய் பிறந்தோம்
காலி காகிதம் கூட புனையும் கவிதையாம்
தேனில் மூழ்கினேன்
கல்வி மாதே
நீ மீண்டும் வருவாயோ காதலே
எனை ஊக்குவித்தாயே
மறுமுறை எனை படைப்பாயோ
அந்த சுண்ணாம்பு துண்டாகவே
அழிப்பானாகவோ மேசைமீது துயிலும்
கண்பஸ் கல்வெட்டாகவோ
இருப்பனே

பல்லாயிரங்கோடி முகமுடையாராயினும்
ஓர் எண்ணத் துணுகிலும் சரியாதிருக்க ஓரினம் ஒருயிர்
ஒருடையென காட்டும் சீருடை ஒளித்து வைத்திருக்கும்
தங்ககூண்டின் கிளிகளாய் கீச்சரித்தோம்
வண்ணச்சிறகுகள் நீட்டிய பின்பே
கல்லூரி காதலின் கருவறையில் புக்கோம்
பல பல வண்ணப்பொழிவுகள் எனை நனைத்த ஓவியத்
தூரிகைகள்
புதுவகை புக்கோலம்
எண்ணத்தின் ஈரபதம்
கல்லூரிச் சாலை
பிரம்மன் கட்டமைத்த படிகளில் நடக்கிறேன்
புத்தக புழுக்கள் வழிகாட்ட
ஈட்டிய அறிவை ஒப்படைத்தோம்
இறந்த கால இளமயிலாய்
நெஞ்சிலே நீங்காத காதலை அள்ளி தந்தனள்
கல்வி மாது

உணவே தெய்வம்:

உழன்று உழன்று
உலகம் உய்வதேன்?
உணவு உண்ணதானே
கணக்கற்ற காதலை
யாவும் உணவுக்கே
அள்ளி கொடுக்கும்
உழவன் பூமியிது
அவன் படைத்தவனே
படைக்கும் சாமி
உணவின்றி ஏக்கமும்
உணவில்லா தூக்கமும்
சொல்லுது பசி.. பசி...
உணவுண்ட வீக்கமும்
தொண்டனின் மயக்கமும்
சொல்லுது ருசி... ருசி...
அறுச்சுவை உணவு
இறைவனுக்கு
எஞ்சிய உணவு
வறியவனுக்கு
உணவின் ராஜியம்
பசியோ பூஜ்யம்
கனவினை கரைச்சேரா
மனம் போல
உணவு தரைச் சேரும்
வீணென்று பல நேரம்
பசியுற்ற வயிறும்
ருசியுற்ற உணவும்
அதிகம் நம் நாட்டில்
உணவும் தெய்வம்
உழவனும் தெய்வம்
எழுதினோம் நம் ஏட்டில்
கரைச் சேர்ந்ததா
நம் இதய வீட்டில்

மு.பிரித்தி

பாறைப் பூக்களே:

அணங்கு மின்மினியே
அணங்கு மின்மினியே
சரிதம் எழுதடி
தவறு இதுவென
திருத்தக் கேட்டால்
திருத்தி கொள்ளடி
திரும்ப திரும்ப
இதய தேசம்
உறுதி கொள்ளடி
நம் நீதி நாடடி அதில்
நீதி நாட்டடி
ரௌதிரம் பழகடி
சின்னக் குயிலே
செல்ல மயிலே
துன்பச் சேனை
துறத்தி வந்தால்
பாறைப் பெண் பூவே
வெகுண்டு நில்லடி
பெண்மையென்றால்
மென்மையல்ல
முழங்கச் சொல்லடி
பெண் என்று
கேளி செய்தால்
முழங்கச் சொல்லடி
பெண்மை வந்த பின்பே
மனிதன் ஆனாய்

கடலின் காதல்:

கடலே கடலே
என் இன்பக் காதலே
பகலவன் முகங்காட்ட
மடியெந்திடும் கடலே
எனையும் உன் மடியில்
ஏந்திக் கொள்வாய் கடலே

கடலே கடலே
என் இன்பக் காதலே
நீலம் பூத்த வானமதிலே
நீ நீராட கடலே
என் பேனா மையின்
பக்கம் வந்தாய்
கிலிஞ்சல்கள் சங்குகள்
நித்தில முத்துக்கள் தந்தும்

கடலே என் இன்பக் காதலே
அலைப் புன்னகையுடன்
கரைத்தட்டி விளையாடினாய்

கப்பல் போல் பயணிக்கும்
நீல திமிங்கலங்கள்
சுறாகள் கோட்டை
காட்டிடடும் மாளிகை

இந்த வாழ்வே கடலன்றோ
பல கப்பல்களின் களங்கரையில்
கரைசேரும் நம் படக்கன்றோ

மு.பிரித்தி

கனவு:

மனமே... மனமே...
ஓயாமல் இளைப்பாறாமல்
பல இடங்களுக்கு செல்லும் மனமே
நீ தூங்காதே மனமே
கனவை எட்டிப் பறிக்கும் மனமே
நீ தூங்காதே மனமே
புது புதையல் கிடைத்ததுப்போல்
தேடிப் பார்த்தேன் உனையே

என்னென்றால் தடம் புரளச் செய்யும்
காட்டாற்று வெள்ளமல்ல நீ
மூலிகை காற்றோடு சங்கமிக்கும்
மலைகளில் வாழும் அருவியல்ல நீ
கானங்கள் பாடும் குயிலல்ல நீ
கனகங்கள் சிந்திடும் சூரியனல்ல நீ
இனிய பூபாளம் பாடும் கனவே
தேக்கு மரம் போல் வளர்ந்த
உனையே எட்டிப் பறிக்க பார்கிறேன்
வாசம் வீச மாட்டாயோ என
அமைதி விழுங்க செய்யும்
புயலல்ல நீ
என் இனிய கனவே
தினம் தினம் புது புது
ஆடைத் தறிக்கிறாய்
தினம் தினம் புது புது
வண்ணம் குழைக்கிறாய்
தினம் தினம் புது புது
வார்த்தைகளை வார்க்கிறாய்

கடலல்ல நீ பலவிடத்தில்
சங்கமிக்கும் நதியல்ல நீ

அதுவல்ல இதுவல்ல
எதுவுமல்ல நீ
புது அர்த்தங்கள்
உருவாக்கும்
கவிதை நீ
நேற்று நீயாய்
மாற பார்த்தேன்
இன்று நானில்லை
நாளை நான் உருவெடுப்பேன்
என் கனவே
மனமே... மனமே...
ஓயாதே இளைப்பாறாதே
கனவை எட்டிபறிக்கும் வரை
நீ மாறாதே மனமே
இளமையில் இளமயில் நீ
முதுமையில் முதுவெயில் நீ

நிலவுப் போல தேயத்தானே
ஓர் இரவின் கனவாய் களைக்கிறாய்
பல வெயில் கடந்து
இளங்காற்றாய் வரும்
என் கனவே
என் மனமே
நிதம் நிதம் அழைக்கிறேன்
என் இனிய கனவே
வந்தால் வான்துளியாய் வா
என் பாலையில் தளிர்கள் தா
நாளும் உயிர்மழை பொழிய
மண்ணும் தீம்பால் சுவைக்க
நான் எட்டிபறிக்க நினைக்கும்
கனவே நிதம் நிதம் வா
கவிதை என்னும் போதை தும்பியாய்
பறந்திடு என் எழுதுகோளே!

2.தமிழ் சந்நிதி

வீரம்:

குருதிகளுக்கு குரலுண்டு!!!

ஈரமுண்டு!!!

ஈழர்களுக்கு ஈந்தவருண்டு

வைவாளாய் மொழிந்த
நெஞ்சுதிராத சொற்களுண்டு!!!

"படித்திடு வரலாறு படித்திடு நீ!"

"படைத்திடு வரலாறு படைத்திடு நீ!"

ஈழத்து புகழவானைப் பார்!!!
வேலுப்பிள்ளை பிரபாகரனார்

புயங்களே!!! தமிழால்
திமிலுறுத்து!!!

திணவெடுக்க நிமிர்த்திடு!

இதய ரதத்தில் அமர்த்தி
வைப்போம் வீரத்தை!!!

ஒவ்வொரு அணுவிலும்
தமிழிழைத்த தண்மதியரைபார்!!!

வாள்வெட்டித்துறை
வாணுதலாரைப் பார்!!!

சாதரண இலங்கைபுரி
வாசியல்ல நீர்!

இராவண வம்சத்தினர்!!!

"அன்பில் மணக்கும் கார்முகிலாகியும்"

அக்னி இறக்கையால்
ஆள பிறந்திட
வந்துதித்தீரே!!!

கரிகாலா! கரிகாலா!
ஆயுதம் ஏந்திடு நீ

கரிகலா! கரிகாலா!
சூரியசெங்கனல் சாயலும் நீ

கரிகாலா!கரிகாலா!
உண்மையின் உரைவாள் நீ

போற்றிடுவோம்! போற்றிடுவோம்!
குருதிகளுக்கு குரலுண்டு!!!

குண்டுமழை பொழித்திடுமோ
பீரங்கி உன் மேல்

வாய்ப்பில்லை வாய்ப்பில்லை
மரணத்திற்கு மரணமா?

மு.பிரித்தி

பாரமுது பாரதி:

கொஞ்சும் தமிழ் நிலவு
பார் !பார் !
பாரதியை பார்!
பாடுவரே தமிழியலின்
தேன் இரச நேசத்தில்
விளைத்த நல்தேசத்தில்!!!
விடுதலை நாயகமாய் இசை மீட்ட!!!

தொன்மையோடு பதினாறு
சீரிலும் பதிகம் பாடுக
எம் வஞ்சித் தமிழே
பாரதியின் வாஞ்சையோடு
அள்ளி கொஞ்சும்
கிளியேனல்லவா!
இது பாரதியின் வரிகளன்றோ!!!
இளசாய் மனதின்
தீவின் தனிமையில்
இலகுவாய் தேடுகிறேன்
பொன் கையின்
பீலியினில் மைக்கொண்டு
எழுத்துக்கள நெஞ்சைக்
கொஞ்சித் துழாவினவே
இது பல நதியின் மடியானதுவே!!!

நாம் மனித தூசிகள்
பாரீர்! செங்கோளாண்டரே
விடுதலை வீசுங்கமழாய்
எழுதுகோளின் பிரம்மத்தை
ஏக வித்தையாய் படைத்து
நம் மண்ணை அள்ளிட
வந்தாரே வாழ்வியலில்
மண்டியிடாது வார்த்தையினில்
வலிமை வைத்தாரே தூணாய்
வையத் தலைமைக் கொளென்று!

3.காதல் சல்லாபம்

கண்டவுடன் காதல்:

கண்டேன் கண்டேன்
நீயெந்தன் காந்தமே
கார்முகில் கூந்தலே
குறிஞ்சிக் காதலே
குளிர் காய்ச்சலே
சிறு தூறலே
காதலே என் காதலே

அடி பெண்மையே
காந்தள் சிறு கையோடு
மணக்கும் சிறு பொய்யோடு
கவிதை நீ நீட்டினால்
என்செய்வேன

கூறாயோ பெண்மையே?

பாவினப் பூத்தோடுக்கும்
குமிழ் முனையே
உனை இயற்றுவேன் நானடி

என் இதயம் ஈரமே
அது மாறுதே
வெதுவெதுப்பாய்
உனக்குள்ளே
என்னை ஊற்றுதே
போதை மெருகேற்றுதே

ஊமைவிழி பேசுதே
இரவே கிரங்கி மைப் பூசுதே
மஞ்சளே பொன்மஞ்சளே
என் நெஞ்சின் ஊஞ்சலே

செவ்வானம் நாணுதே
மழை கேட்குதே

உன் கன்னமே
எனை வதைக்குதே

அவ்வண்ணமே
மெல்ல புதைக்குதே

உன் குறும்பு பார்வையே
எனை கிறுக்குதே

கண்ணாடி துகளாய்
எனை நொறுக்குதே

பாழாய் போன இந்த காதல்
வந்ததும்
என் பள்ளியறை பெயர்
மாறுதே
அது உன் பெயர் கூறுதே
அடி பெண்மையே .....
அடி பெண்மையே......

கண்ணம்மா கொலுசொலி:

கருநிலவானத்தின
நட்சத்திரமோடி
உன் கொலுசு?

மு.பிரித்தி

வண்டுகள்
முழங்கிடும்
ரீங்காரமோடி
அதனொலி

பெண்வாடை ஏற்காத
என் நெஞ்சும் நஞ்சாகியதேனடி
எல்லாம் உன் கொலுசின்
பிழையடி

உன் கொலுசின் சத்தம்
மழைசாரலின் முத்தம்
மண்ணுக்குள் ஏக யுத்தம்

கட்டழகன் என் விழிக்குள்
தென்பட்ட ரதி நீயடி
அடி வேல்விழியே
மன்மதனம்புகள் தோற்று
போனாதே

என்னிதயம் மோதியது
உன் கோலுசின் சப்தம்
நிதம் நிதம் கேட்க
ஏங்குதடி

பதுமை காதல்:

பதுமையே பதுமையே
பார்வை பேசாயோ?
உன் சின்ன பாதம் தீண்டும்
கொலுசாக கிடப்பனே
நாளும் உன் கீர்த்தனை
பாடுவேனே

முற்றத்து நிலவோடு
உன்னோடு கதைப்
பேச காற்று விரும்பதடி
நேற்று பாங்கி விளையாடினோமே

இன்று பருவம் பூத்து
முகம் புதைப்பதேனடி?

மயிலோள்
இளம் வெயிலொள்
நடந்து வந்தாளா?
என் இதயத்தில்
கோலமிட்டாளா?

அவள் பார்வை:

மங்கை மான்விழியே
பனிபோர்வை போர்த்தினாயே
கடைக்கண் பார்வையிலே
அடி அணங்கே

மு.பிரித்தி

நீளவிழி பார்வையோடி
நீர் தெளிக்க சிலிர்த்தேனடி
நான் நீராய் மாறி போனேனடி

இருவிழியில் உயிர்
முகந்தாய்
வண்ணமுகத்தாய்
மோகத்திளைத்தேன்

யாக்கையிருக்கையில்
யான்னுயிர் கரைக்கிறேன்
மோசடி செய்கறாய்
மௌனத்தை தெளித்தே

மார்ப்பு கூட்டின் மெல்லினம்
ஆகிறாயே என் நெஞ்சின் சத்தமே
அவளெனும் போர்களமே
வண்ணம் புது வண்ணம்
ஊற்றினாய் உயிரினில்
நான் ஓவியனாகிறேன்
நின் முகத்தை தீட்டியே

அவள் காதல்:

விழியும் விழியும்
வேட்டையாடும்
புது புயல் வீசும்

புயலும் ஓய்ந்து
கடக்கையிலே
புது வலி கூடும்

வலியின் உச்சம்
பசலை மிச்சம்
தூறிடும் சாரலாய்
குடியேறுமே
இந்த காதலே

அவன் கொஞ்ச
நான் மிஞ்ச
உயிர் சத்தமிடுமே
விரலோடு விரல் பிண்ணுமே

மு.பிரித்தி

காதல் கனா:

கண்களின் கருவிழி போல்
கலந்தாயே கனாவே!

பார்வையில் பதுமையேன்
பருகினேன்

பூரித்தேன் குமுதநண்பனே!
எனை ஏந்தும் உன் கைகளே
என் வானம் என் மன்னனே
என் குங்குமச் சிமிழில்
அடைத்து வைத்தே

உனை ரசித்தேன்
தண்ணனே!

என் கூந்தலுக்குள்
ஒளிந்து கொள்ளவா மீளியே

வேல்விழி பார்வை
நீ வீசிட
இளைக்கிறேன்....
துடிதுடிக்கிறேன்
மாருதம் உயிரில்
உணர்கிறேன்..
கவி வாலியே

உனை சேரா இந்நொடியும்
ஈரபதம் வாட்டுதே

யோகம் நீ கிடைப்பாய்
என பூனைவிழி திறக்கிறேன்
என் வெப்பமே

திறவோனே....மறவோனே.....
நின் நிழலும்
என்னுயிராய் சுழலும்
மாறன் உன்னோடு

மயிலாய் ஆடிட
மாரி பொழியுது

அழகே பேரழகே
என் மாலை மயக்கமே
அந்தி வானின் அலங்காரமே
உயிரின் உயிரே
என் மொழிப்போலே
உனை சுவாசிப்பேன்
இன்னுயிர் தாண்டி
நேசிப்பேன்

நடைப்போடு நடைப்போடு
காதலின் கருவில்
ஓருயிரானோம்
தீண்டல்கள் தேவையில்லை
கவிதை பரிமாற்றமே
போதுமே வானவிலின் நிறங்களாய்
குழைக்கிறாய் சோமனே

மு.பிரித்தி

25

4. ஹைக்கூ

அம்மா:

தேரினில் உலா வந்தேன்
பத்து மாதம்
தெருவினில் உலா வருகிறேன்
இதுவரையில்

அம்மாவின் தோசை:

ஏ நிலாவே
அந்த பிரம்மனுக்கும்
தெரிந்துவிட்டது நீ அம்மா
சுடாத தோசை என்று

தெரிந்துவிட்டது நீ தங்கையின்
கையில்லை என்று

தங்கைக்கு :

ஏ ரோஜாக்களே
அந்த பிரம்மனுக்கு
தெரிந்துவிட்டது நீ தங்கையின்
கையில்லை என்று

பகல்:

வெளிச்ச சிரிப்பில்
பிறந்தது நம் ஒவ்வோரு வயதும்

இரவு:

கருப்பர்களின்
இராஜாங்கம்
ஒரே ஒரு
வெள்ளையனின்
புன்சிரிப்பில்

மு.பிரித்தி

அவளெனும் அழகியல் விளக்கம்

மேகம்:

மெத்தை தைக்க முடியா
பஞ்சு கூட்டம்
அவளெனும் அழகியல் விளக்கம்

பஞ்சு:

மேகம் இறங்கி
தரையில் விளையாடும்
சிறு பிள்ளையென
அவளொரு கவிதை

மு.பிரித்தி

அவளொரு கவிதை

வரிகளில் சுவையுண்டு
தெவிட்டிடும் தேனை
கொண்ட இதழினை
ஈரஞ் செய்ய
இறங்கினள் கவிதையே

மழை:

கண்ணாடி மலர்கள் பொழியும்
நம் கண்ணாடி குடுவை உடைந்து
அப் புக்களை அள்ளிட வைக்கும்

வண்ணத்து பூச்சி :

ஏ வண்ணத்து பூச்சியே
என் கருப்பு வெள்ளை
இரவுகளை வண்ணம் பூச வா

மு.பிரித்தி

மிசை:

ஆண்மை கவிக்கு
முளைக்கும்
புது வீரம்

வண்ணமயில்:

பறவைக்குண்டு மணமகள் கோலம்
மழை வந்ததும் வெளிக்காட்டுமே

அவள் பொட்டு:

அவள் திருநெற்றியோ இளமதி
அவள் பொட்டோ
மனதை விழுங்கும் கிரகணம்

5.என் பேனா மையில்

உயிர் நட்பே:

நட்பே... நட்பே...
வானவிலின், வண்ணங்கள்
கூட்டணியோ?
வார்த்தைகளின் உயிர் நட்பு
கவிதையாய் பிறந்தது..
வண்ணகளின் உயிர் நட்பு
ஓவியமாய் பிறந்தது
கர்ணனின் உயிர் நட்பு
காவியமாய் பிறந்தது
தேன்றலின் உயிர் நட்பு
மூச்சுகாற்றாய் பிறந்தது
மாற்றத்தின் உயிர்நட்பு
புதுமையாய் பிறந்தது
பிறப்பித்தல் பிறப்பித்தல்
நட்பிலும் தாய்மையுண்டு

அப்பா:

மயிலிறகு போல்
மெல்லிய வருடலில்
பூங்காற்று தீண்டிச் செல்லும்
ஒரு பார்வை நீ வீசினால்

நீ தந்த முதல் கனவு
அது பூங்கதவு இயற்கையிலே
வளங்கொடுத்தான் ஒருவன்
என் தீரா வளம் நீயே

நான் வளர்ந்த காலமாம் காலம்
அது ரோஜா பூந்தோட்டம்
அது நினது மடியே

மேகத்திலே கட்டிய
ஊஞ்சலில் நீ எனை ஆட்ட

நட்சத்திர குவியலில்
நீராட்ட எனை தேவதை
ஆக்கி பார்த்த
முதல் தோழன் நீ

மு.பிரித்தி

அம்மா:

எத்தனை உடைகள்
அணிந்தாலும்
நான் அணிந்த
முதல் உடை
உன் கைகளே

எத்தனை நடைகள்
நடந்தாலும்
முதல் நடை
நீ நட்ந்ததே
அது உன் கால்களே

நான் பெற்ற முதல் காதல்
நீ ஈந்தது
என் தேவைகள்
தீர்த்த
உன் இதயமல்லவா

முதல் நிமிடம்
நீ தந்தது

முதல் நொடி
நீ தந்தது
யாவும் நீ தந்தது

உன்னுடன் நான்
வாழ்ந்த
முதல் ஊர் கருவறை
நீ தந்தது

நான் காகிதமும்
பேனா மையுமின்றி
எழுதிய முதல் கவிதை
அம்மா என்ற சொல் தானே

மு.பிரித்தி

என் தங்கைக்கு

என் அழகு தேவதை
நீ அழைப்பாய் அக்கா என்றே
என் பாசக் குயில் நீயே
தங்க தட்டில் சோறூட்டுவேன்
உனக்கு
மணிக்கிளியே
மலர் மொட்டே
திங்கள் வெள்ளி முக நீட்டும்
அதில் உன் முகங்காட்டடி
கண்ணம்மா
சின்ன சின்ன கைகள் கொண்டு
எனை நீ தீண்டினாய்
மீண்டும் பிறந்தேனடி
நந்தவன பூக்கள் போல
வாசம் வீசினாய்
உனை அள்ளி கொஞ்சத்தானே
அக்கா நானுள்ளேன்
மடி தூங்க சொல்லும் சின்னஞ்சிறு
தோழியே
எனை அக்கா சொல் என்று
செல்ல மிரட்டல்கள் தரும்
இளவரசியே
பிரியமானவளே

என் தம்பிக்கு:

பௌவம் சூழ்ந்த பூவுலகு
குட்டியானது உன் கையில்
என் செல்ல தம்பியே
உன் பாதம் பட்ட இடமெல்லாம்
பச்சை தெளிக்கும் சருகுகள்
உன் பிஞ்சு விரல் பட
பட்டு போன இதயம்
மலர்ந்து பூவாகும்
குறும்புக்கார கண்ணா
தத்தி நடை நட
பூமியும் இன்பம் ஈட்டிட
மழலை மொழி கொஞ்சு
உன் பூவிதழ் விரிய
அமைதி தேடும் கண்கள்
உன் கன்னங் குழியில்
இளைப்பாறட்டும்
வண்டின கண்கள் திற
நாளும் நான்
புத்துயிர் பூக்க
நீ கண்ணசைக்க இப்பூமியும்
தெவ்விடா தேனே
தெள்ளமுதே மயிலே
பொன்னூஞ்சல் கட்டி யாட்டுவேன்
உனையே

மு.பிரித்தி

கடந்து போவோம்:

எல்லாம் கடந்த பின்பும்
நம் கையில் எஞ்சியது
நம் நம்பிக்கை

எல்லாம் கடந்த பின்பும்
நம் மனதிற்குண்டு மனமாற்றம்......
ஆனாலில்லை ஏமாற்றம்!!!

நம் கடினங்கள் புரியும்
நம் எளிமைகள் கைசேரும்!!!

கடந்து போவோம்
எரிமலையும்
உரைப்பனி ஆகும்

கடந்து போவோம்
விசித்திரங்கள்
சித்திரங்கள்
ஆகும்

இனி நமக்கில்லை
அறியாமை பிணி
ஆதலால் பாடம் யாவும்
கற்போம் ....

நாளும் ஒரு பரீட்சை
கற்றலுக்கு சிறந்த
வழிகாட்டி.....
திசைமானி.....

தனிமை ரதங்கள்
பவனிகள் கடக்கும்
பிரச்சனைகள்
பிரளயங்களல்ல
புதிது புதிதாய் நம்மை பிறப்பிக்கும் என
புரிய செய்யும் !!!

அனுபவங்கள் ஆராதிப்போம்
வசந்தங்கள்

ஒவ்வொரு நொடியும் வண்ணத்துபூச்சிகள்
வரவேற்போம்

நன்மலைகள் செல்வதுப்போல்
மென்காற்றை தழுவிடுவோம்

கடந்து போவோம்
நம் வாழ்வு இதுவே

போராட்ட நாயகர்கள்:
வீராதி வீரர்கள்!
சூராதி சூரர்கள்!
நம் மூவ்வெண்ண கொடியினை
இதயவாசலாக்கினார்கள்...
சட்டைகளில் ஏந்தினார்கள்....

அணுதினமும்
தேசத்தின் சுவாசங்களாகினார்கள்..

மு.பிரித்தி

நம் இராணுவ வீரர்கள்
பேரழிவு தாங்கும்
இதய கோவில்கள்....

தேசமாகிய நம் வசிப்பிடத்தில்
நமக்கு அடைகலம் அளித்தவர்கள்.....

நமது சுதந்திரம்
ஒவ்வொரு இந்தியனுக்கும்
சிவப்பு கம்பளம் விரிக்கிறது

அந்நிறம் நம் வீரர்களின்
இரத்த கடலிலானது.....
நம் காலங்கள்
வலம் வருவது
அதன் மேலே தான்....

நம் பாதைகள் பிறந்தது இவ்வழியில்தான்....
போராட்டம் ! போராட்டம்!

போராட்டக் கூடமாகிய
நம் தேசத்தை
தம் இரத்த துளிகளால்
அமைதி பூக்களை தூவுபவர்கள்....

நம்மை அழிக்க நினைக்கும்
அசுத்தங்களை சுத்தம் செய்பவர்கள்.....
தமது தோட்டாக்களால்
சுடும் யுக்திகளால்;

தேசமே தாய் தந்தை...
தேசமே ஆசான்....
தேசமே காதலி...
தேசமே மனைவி...
தேசமே பிள்ளைகள்....
தேசமே குடும்பம்.....

நம் வீரர்கள்
இம்மந்திரத்தை முழங்க மறப்பதில்லையே
நாளும்.....

நாளும் படித்திடுங்கள்
இவர்களின் சரிதிரத்தை
நம்மை விதிக்கும்
புதிய கீதைகளிவை!

மு.பிரித்தி

நோயின் தீவிரம்

வந்தது வந்தது
கொரோனா காற்றிலே
தந்தது தந்தது
முகக்கவசம்
அதை அணிந்திடு
 அணிந்திடு அவசியம்
நம் தேருடல் தெம்மாங்கு பாட
நம் நாழிகை எமன் தூது
 செல்லாது நிற்க
தூய்மை பேணுக
சுவாச பாதையை
நம் தேருடல்
அச்சு பிசிறாமல் இருக்க
ஊரடங்கு ..ஊரடங்கு ...
நம் ஆகாயம் கோணாத்திருக்க
வீட்டுக்குள் அடைக்காப்போம்
நம் அழகான தங்கக் கூண்டு நோயால் சிதையாது இருக்க ...
அடைகாப்போம் அடைக்காப்போம்
சமுக இடைவேளி பின்பற்றுவோம்
அன்றாட பூமி விரிசலாகாமல் இருக்க..
காக்கும் சாமி மருத்துவ துறையே
ராட்சசன் ஒருவன் காத்திருக்கிறான்
நம்மையும் மூச்சையும் விழுங்க...
காற்றிலே கொரோனா வந்தது...
நமக்கு சொல்லி தந்த பாடம்
மருத்துவர்கள் தெய்வப் பீடம்
ஆராதிக்க வேண்டாம்
அவர்கள் சொல்லுக்கு கட்டுபடுவோம்

புத்தகக் கண்காட்சி

புத்தகக் கண்காட்சியில்
ஒருநாள் சில்லென்று
கொட்டி தீர்த்த மழையில்
ரங்கராட்டினம் சுற்றியது

பனிகூழ் போல்
இதயம் உருக
புத்தகங்களை
விலைபேச போனது

மயில் போல நடனமாடியது
குயில் போல
கவிதை பாடியது

நில்லாத மழையிலும்
நில்லாத கால்கள்

ஓட்டம் போட்டும்
ஆட்டம் போட்டும்
அந்நாளை பிறப்பிக்க
விரும்பிகிறேன்
தெம்மாங்கு இசையும்
மனதின் திரையில்
சோர்வின்றி பறக்கும்
பறவையாவோம்

சிந்தி தவிழும்
இனிமைகளை
அள்ளி முடிந்து வைப்போம்
மனம் என்னும் புத்தகபையில்

மு.பிரித்தி

தட்டான்பூச்சி
பட்டான்பூச்சி
நொடியாகி பறக்கும்
அந்நாழிகையில்

சில துளிகள்
இதயத்தின் இன்னல்கள்
பறந்து போகும்

என் தங்க தங்கச்சி:
 ஏலேலோ எச பாடும்
பச்சக் கிளியே நட்சத்திரம்
நடைப் பயிலும் நேரமிதுவே
தொட்டிலுக்குள் கிடக்குது
இரட்டை வாலு பொம்மையின்னு
 எட்டி எட்டி பாப்பனே
பச்ச புள்ள நான்

சுத்தி சுத்தி
 என் வானம் வந்து
எட்டி பாத்த
அந்த குட்டி நிலவ
அள்ள பாக்குமே

எனை பாத்து
சிரிக்கும் கொலுசுமணி
காத்துல கத்தி போகுமே

ஊஞ்சலொன்னு
 கட்டி போடு
 என் தங்கச்சிக்கு
தொட்டில் போடு

போந்து பொம்மை
பசியாறயிலே

நிறைஞ்சு போச்சு
என் மனசு

நடந்து வந்த கட்டி தங்கம்
எங்க வீட்டு நல்லதங்கம்

சின்ன சின்ன நட வச்சு
என் மனசு பூமியில
அவளோட கல்லச்சு

பள்ளிகூடம் போகயில
வானம் வந்து பேனாவாச்சு
ராட்டினம் வந்து கடிகாரமாச்சு
மேகத்துண்டு புத்தகமாச்சு
கனவுல எல்லாம் தங்கச்சி பேச்சு

வயசு வந்த பின்னாடி
வால சுருட்டு என்னாடி
வாலெல்லாம் நறுக்கியச்சு
போடி போடி தங்கச்சி
இனிமே நீயில்ல எங்கட்சி

கெட்டி மேளம் கொட்டியாச்சு
கொலுசு மணியோடு என்ன பேச்சு

தங்கத்துல தங்க சேறு
வைரத்துல மெட்டி வாங்கு

பச்ச கிளி பறத்திடுச்சு
கூடு கட்ட கிளம்பிடுச்சு
போய் வா...
போய் வா....
தங்கச்சி

எங்காத்து கிளம்பிடுச்சு

மு.பிரித்தி

அது அவகாத்தா மாறிடுச்சு
செங்கீரை ஆடியாச்சு
செந்தமிழும் பாடியாச்சு

இனி உனக்கும் என்ன பேச்சு
வாங்கி போனியே என்னோட மூச்சு
போடி போடி தங்கச்சி

நா இல்ல இல்ல உங்கட்சி
பைத்தியமா கிறுக்கவச்சு
அதுவும் கூட கவிதையாச்சு

பாதகத்தி கிளம்பியாச்சு
அவ வாட காத்தெல்லாம்
அவ கொலுசு சத்தஞ் செய்யும்
என் மனசெல்லாம் யுத்தஞ் செய்யும்

எங்க எங்க தங்கச்சி
காணோம் காணோம் என்னாச்சு
என் கண்ணெல்லாம் நீராச்சு
வேனா ஒன்னு ஆராய்ச்சி
நீயும் நானும் வேறாச்சு
போடி போடி தங்கச்சி
இனிமே நானும் உங்கட்சி

அன்புள்ள தமையனுக்கு

ஒளிரும் வெளிச்ச சிறகுகள்
நீட்டி வா நாம் விளையாட
இது உன் அன்பு தங்கையின் கீதம்
கைக்குட்டை, காகிதம் ஆதரவோடு
பாட வந்தேன் புது சங்கீதம்
தத்தி நடைநடக்கிறேன் தகதிமிதா
இனிய மயில்கள்
பொத்தி பொத்தி இடமறிக்க
பேதை இளங்குயில்
போக வேறு வழியுமில்லை
சோதரனே தமையனே
சண்டையிடும் மோரடனே
நீ பேசாமல் செல்வாயோ
பூங்காற்றே
உன் ரோஜா தோட்டத்தில்
காற்றை முத்தமிட்டு
கிள்ளும் நறுமுகிழை
கூந்தல் இழையாய் வைப்பேன்
உன் அனுமதி எனக்கு வேண்டாம்
நீ போ காற்றோடு கால்பந்து விளையாடு
உன் தங்கை போல்
உடன் பிறந்த தமக்கையாவேன்
என்னை அக்கா சொல்
என்னை அக்கா சொல்
அட ஒருமுறை சொல்வாயோ
என் உடன் பிறந்தாயே
என் உடன் பிறந்தாயே
என் பேனாவிற்கு சிறகு முளைக்க
கற்று தந்தாயே கவிதை வடிவில்
காற்றில் அலாவ கற்று தந்தாயே
நான் படித்த பாடங்கள்
நான் கொண்ட வேடங்கள்
யாவும் காற்றில் ஒப்பிக்கும்

என் நீயே என் என்னிடம் பேசுகிறேன்
ஏன்? உன்னிடம் பேசுகிறேன்
ஓப்பனை சாயல் பூசிடு
உன் வண்ணமயமான ஓவியம்
தேனே நீ கொண்ட
தூரிக்கை மீனே அதற்கும்
உள்ளது இதயமே கவிதையில்
ஓவியம் வரைய பார்க்கிறேன்
உன்னளவு இல்லை கையளந்து
என் எழுந்துகளின் நிறங்கள் பூசிய
என் இனிய தமையனே
என் மொழியிலே பூங்கொத்து நீட்டுகிறேன்
என் வாசல் நாட்டஞ் செய்யும்
வெளிச்ச சிறகே
புவிழி வாசல் கண்திறக்க செய்தே
மனதில் என்ன புது பூபாளமிசைக்கிறாய்
காலந் தந்த திசைமானி போல் வழிகாட்ட
கசையடி வாங்காமல் தப்பிக்கிறேன்
அடடா உண்மையை ஓப்பிக்கிறேன்

கல்லூறி காதல்

நிகரா காதல் பகருதடா
கல்லூரி கோட்டையிலே
மதில்கூண்டில் ஒப்படைத்தேன்
எனையே கற்றல் தேரில்
பொய்யுரையேன்
இன்று காதல் தேரில் பறக்கிறேன்
சிறகோட்டு பறவைகளோடு!!!
சாலையில் நாமும் நடக்கயிலே
கைவிரல்கள் இணையுதடா!!!
இதயவானாய் உதயமானாய்

ஏன் ?கேள்வி கேட்டு கற்பனே
கல்வி தேனை பருக!!
ஏன் ?என்று தெரிந்தும் தெரியாமலும்
கல்லூறும் சல்லாபம் உரைகிறேன்
பொய்கள் எனை மெருக
உன் உரைவாழோ யான்
யாதுமாகியான் நீ என் காதலே
நிகரா கவிமொழி பொழிய அழகியல் முடித்துவைத்த
காதல் சிண்டினை
உன்னில் மாட்ட
என்னை வலியோடு
வாட்டாத காய்ச்சலே
என் காதலே
நிகரா நிகரா
மயிலனப் பீலி
பிறப்பிக்க காத்திருந்ததுவோ
எனது ஆருயிர் புத்தக மதில்
கொண்ட நிகரா கடைக்கண்களோடு
போர் புரிந்தேனோ?

கல்லூரி வாள் அவன் கைவண்ண
எழுதுகோளோ?
ஏனைய வித்தைகள்
எவ்வாறென இளங்கன்று புரியாது மால ;
பிரம்மனின் அறையில் புக்கினானோ
என் குழப்ப அறையில் விழித்தானோ!!!
இவன் யாரோ முகங் காட்டாத நேசத்தான்
 என் இதய தேசத்தானோ!!!
முன்பு கற்ற கல்வி சிறகடித்து பறக்கையிலே
 கண்டு காணாதது இருவிழிகள் தேடுது
உன் பொன் முகமே
வந்தனன் தேவர்சேனனாய்
இருயிரை கடல் வானாய் ஒப்பனைக்க

பயணக் காதல்:

காதல் சிறகுகள் முளைத்தது!!!
திசைகள் கணக்கிலடங்கா போனது.....

ஆஹா விடுமுறைகள் விலையியில்லாதது.....
காலதின் மிருதுவான பயணத்தில்
இதமானது இதயம்!!!
மேகபூக்களின் தேன்துளியாம் !!!
சன்னலோர சின்னதூரல்!!!
என்மேலே சிந்தி சிந்திசைக்க,
நீராடி பேருந்தில் செல்கிறேன்....
இது பிரம்மனின் சாலை!!!
குளிரூற்றும் கண்கள் கொண்டு
உலகை பார்த்தால்,
பயணமதில் மதில்கள் கிடையாது
பயணமது கற்று தந்தது காதலிக்க!!!
ஊஞ்சலென உருவம் எடுக்கும்.....
ஆசையென்று பெயர் சொல்லும்.....
அழகான புயலை அள்ளி தந்து,
கடந்து செல்லும் பயணம்,
அதிசயமானது!!!
பயணமென்னும் யாழுக்கு
இனிமை தாங்கி,
இன்னுயிரும் உற்சாகமாக
இசை பயிலும்...
தனிமையென்னும்
அமைதி அறையில்,
ஆற்றல் அபாரமாக பயணிக்கும்...
மனதை அழகாக்கும்!!!
இலக்கு இலட்சியம்
யாவும் பயணம் தந்த பரிசாக்கும்!!!
வாழ்வின் பயணம்
ஓர் இனிய கவிதை!!!
நம்மை ரசிகனாக்கும்!!

நூல்வாசி

நூல் நுகர்ந்தேன்.....
ஒரு வண்டாய்......
ஒரு பட்டாம்பூச்சியாய்.......
ஒரு தும்பியாய்........

மேதையென்று என்று நான் அலாவ
வித்தை கற்கவில்லை
இனிய கனவு காண்பித்தது....

புதிய நினைவு அள்ளி தெளித்தது.....

நாளும் என் அறிவுக்கு பூங்கொத்து
நீட்டுகிறது.......
மனிதனாய் பிறந்ததற்கு
மனதின் மலப்பினை ஆத்துகிறது.....

மனமோ முகம் மாற்றுகிறது தினம் தினம்.....

ஆனால் புத்தகத்திடம் மட்டும் ஒரே முகம் அது நன்றே....

அறிவுக்கு ஊட்டசத்து கொடுக்கும்
நல்ல புத்தகம்.......

தினம் அதை வாசி நீயும் நல்ல நூல்வாசி.......

சுவாசிக்கும் உனது
செவிநுகர்கனி......

புத்தகம் வாசித்தல்
அறிவினை புசிப்போம்
வாசித்தலே சுவாசிபோம்
நூல்களை நேசிப்போம்

அன்புள்ள தமையனுக்கு

அண்ணா.... அண்ணா...
நொறுங்கும் நொடிகளில்
துடிக்கும் இதயம்
கத்துமே....

விவரமில்லா வயதிலும்
பாசம் நேசம் புரிந்து கொண்டாய்........

உயிரும் உடலும்
ஒன்றல்லவா
உடன் பிறப்பே

இருந்தும் நீயும்
நானும் வேறல்லவா

நீ இறைவன்
தந்த வரமல்லவா
என்றுரைக்கும் அன்னைக்கும்
தந்தைக்கும் வழிதுணை செய்யும்
வெளிச்ச சிறகல்லவா நீ

தனிமையில் யுத்தம்
என் கண்ணில்
ஆயிரம் குழப்பங்கள்
என் நெஞ்சில்
ஆயிரம் விழுப்புண்கள்

ஆற்றும் ஆயிரம் வழியுண்டு
வேண்டும் உன் வழித்துணையே
அண்ணனே

வாழ்வும் பெருங்கடலே
நானும் இளம் மாலுமியே
நீ கரை சேர வழி
செய்வாய் நம் கூடத்தில்

நீ பூங்காற்றின் பக்கம்
வந்தாய் அறியாப்
பிள்ளையென என் முகம்
புன்னகை சிந்தும்
என் காற்றில்
உன் சுவாசம் வாங்கி செல்வேன்
வாழ்வெனும் பாடத்தில்
என் பரிசல்லவா நீ

அவளொரு வானவில்:

என்னடி நிறம் கொண்டாய்
என் வானவில்லே

என் இருளினை
இரசிக்க செய்யும்

கருப்பே.....பேசுகிறாய் நீ
என் வானவில்லே

உன் பார்வையில்
இருளினை அகற்றும்

வெள்ளையே....பேசுகிறாய் நீ
என் தூரிகையே

உன் கோபக் கனல்
 தெளிக்கும் சிவப்பே...

பேசுகிறாய் நீ
என் தேவதையே

உன் குறும்பு பார்வையின்
மஞ்சளே....

பேசுகிறாய் நீ
போதை பாடமே

உன் இயற்கை பூரித்த
பச்சையே.....

 பேசுகிறாய் நீ
உன் மனதால்

மு.பிரித்தி

என் கவிதை வானம்
பேச வைத்த நீலமே
நீயோரு வானவில்லே